AF235026

Impressum
Verlag: BABADADA GmbH, Nedderfeld 112 , 22529 Hamburg
Geschäftsführer / Verlagsleitung: Harald Hof
Druck: Books on Demand GmbH, In de Tarpen 42, 22848 Norderstedt

Imprint
Publisher: BABADADA GmbH, Nedderfeld 112 , 22529 Hamburg, Germany
Managing Director / Publishing direction: Harald Hof
Print: Books on Demand GmbH, In de Tarpen 42, 22848 Norderstedt

skool

shule

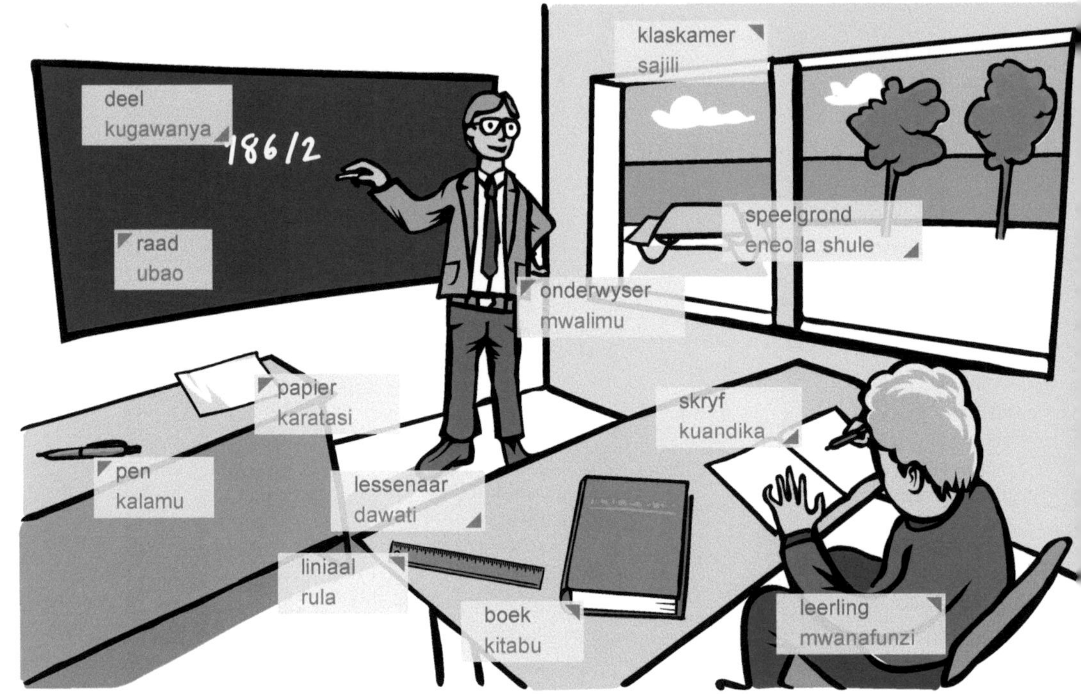
klaskamer
sajili
deel
kugawanya
186/2
raad
ubao
speelgrond
eneo la shule
onderwyser
mwalimu
papier
karatasi
skryf
kuandika
pen
kalamu
lessenaar
dawati
liniaal
rula
boek
kitabu
leerling
mwanafunzi

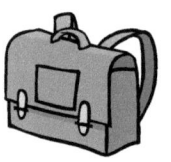

skooltas

mkoba

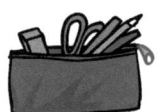

potloodhouer

kikasha cha penseli

potlood

penseli

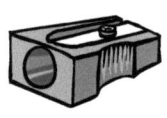

skerpmaker

kichonga penseli

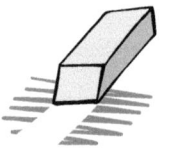

rubber

mpira

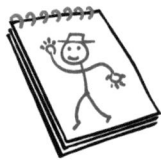

tekenblok

pedi ya kuchora

tekening

uchoraji

verfkwas

brashi ya rangi

verfoppervlak

sanduku la rangi

skêr

mkasi

gom

gundi

oefenboek

daftari

huiswerk

kazi ya nyumbani

aantal

nambari

optel

jumlisha

aftrek

ondoa

maal

zidisha

bereken

kokotoa

brief

barua

alaphabet

alfabeti

woord

neno

teks

maandishi

lees

kusoma

kryt

chaki

les

somo

registreer

sajili

eksamen

uchunguzi

sertifikaat

cheti

skooluniform

sare za shule

onderwys

elimu

ensiklopedie

elezo

universiteit

chuo kikuu

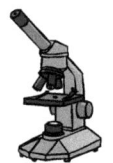

mikroskoop

darubini

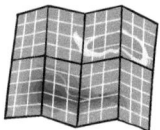

kaart

ramani

vullisdrom

kikapu cha kuweka karatasi
chafu

reis

usafiri

hotel
hoteli
Grand
hostel
hosteli
ROOMS
CHANGE
bureau de change
ofisi ya ubadilishanaji
tas
sanduku
motor
gari

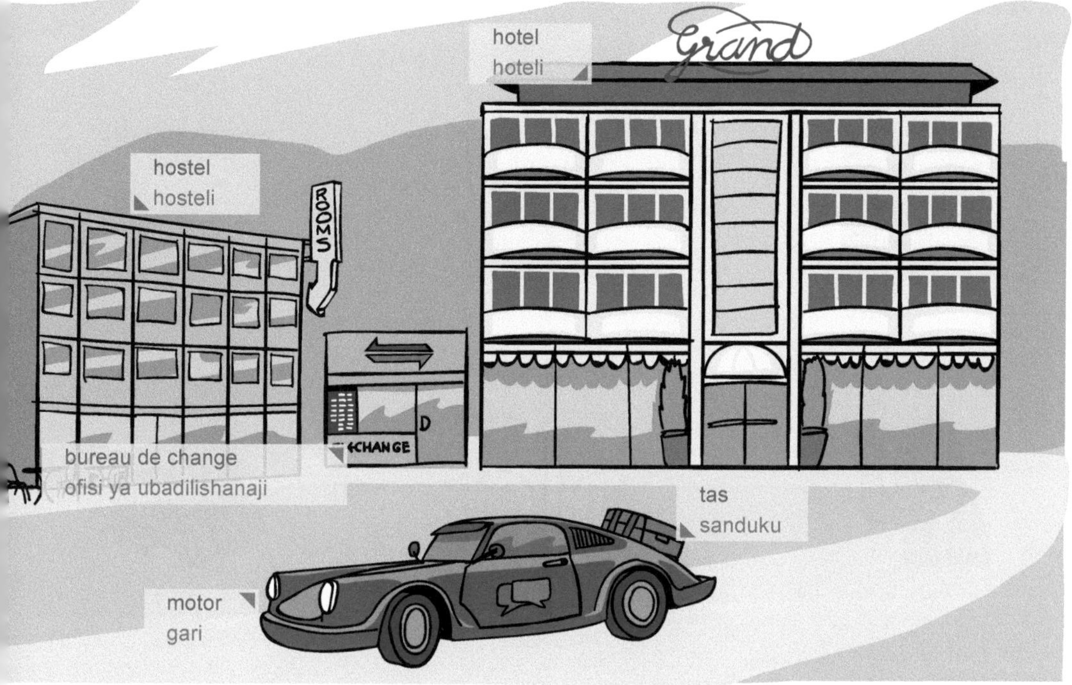

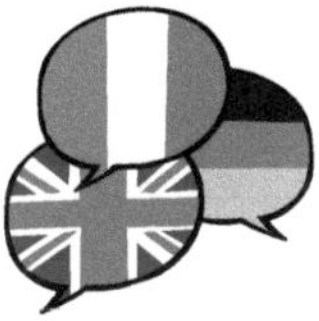

taal

lugha

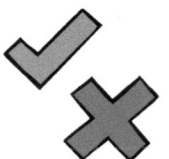

ja / nee

ndiyo / la

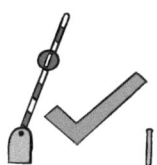

Goed

sawa

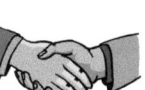

hallo

hujambo

vertaler

mtafsiri

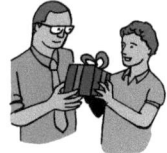

Dankie

Asante

hoeveel is...?

kiasi gani ni ...?

Ek verstaan nie

Sielewi

probleem

tatizo

Goeie naand!

Jioni njema!

Goeie môre!

Habari za asubuhi!

Goeie nag!

Usiku mwema!

totsiens

kwa heri

rigting

mwelekeo

bagasie

mizigo

sak

mfuko

rugsak

shanta

gas

mgeni

kamer

chumba

slaapsak

begi la kulalia

tent

hema

toeriste-inligting

taarifa ya utalii

strand

ufuo

kredietkaart

kadi

ontbyt

kifunguakinywa

middagete

chakula cha mchana

aandete

chakula cha jioni

kaartjie

tiketi

hysbak

kuinua

posseël

muhuri

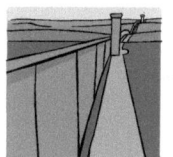

grens

mpaka

doeane

mila

ambassade

ubalozi

visum

visa

paspoort

pasipoti

vervoer

usafiri

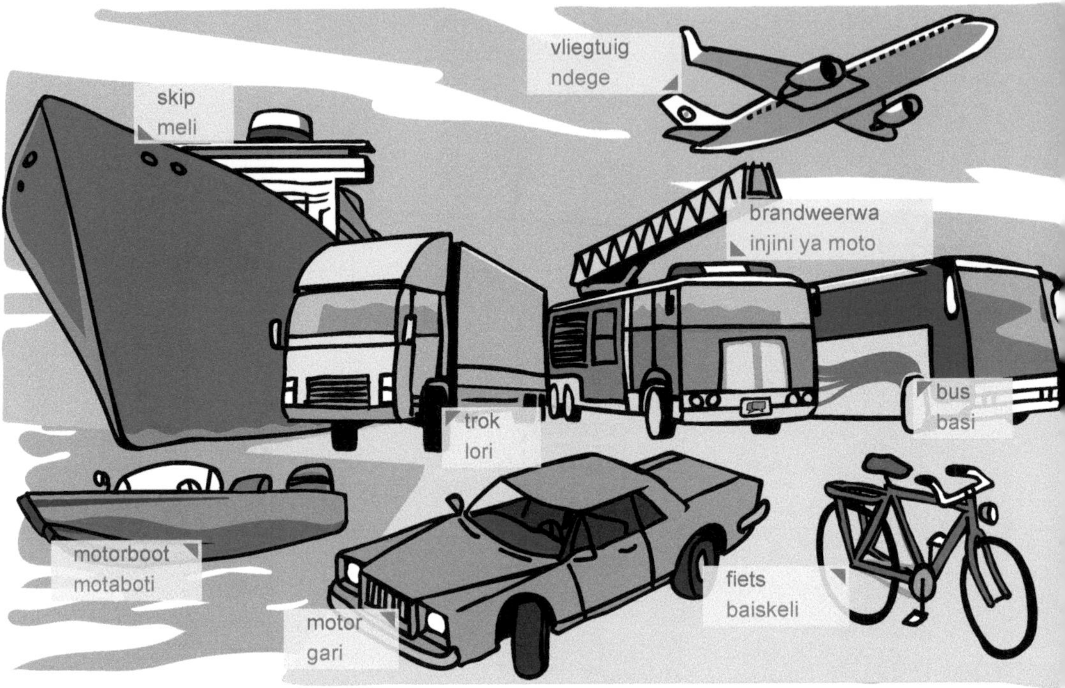
vliegtuig
ndege
skip
meli
brandweerwa
injini ya moto
bus
basi
trok
lori
motorboot
motaboti
fiets
baiskeli
motor
gari

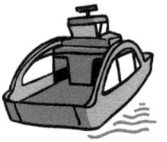

veerboot

feri

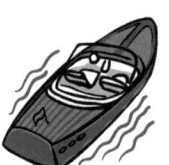

boot

mashua

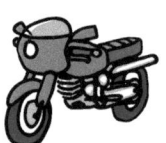

motorfiets

pikipiki

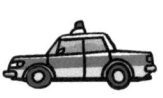

polisiemotor

gari la polisi

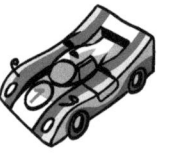

renmotor

gari la mashindano

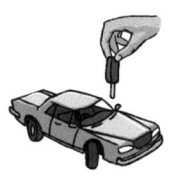

huurmotor

gari la kukodisha

car-sharing

kushiriki gari

insleepvoertuig

lori la kuvuta

vullisverwydering

ukusanyaji taka

enjin

motor

brandstof

mafuta

vulstasie

kituo cha mafuta

verkeersteken

ishara trafiki

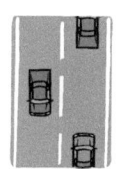

verkeer

trafiki

verkeersknoop

msongamano

parkeerplek

maegesho

stasie

kituo cha treni

spore

reli

trein

garimoshi

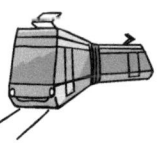

tram

tremu

wa

gari la mizigo

helikopter

helikopta

lughawe

uwanja wa ndege

toring

mnara

passasier

abiria

houer

chombo

karton

katoni

karretjie

mkokoteni

mandjie

kikapu

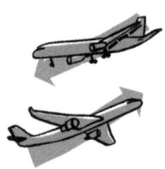

opstyg / land

ondoka

stad

jiji

dorpie

kijiji

middestad

katikati ya jiji

huis

nyumba

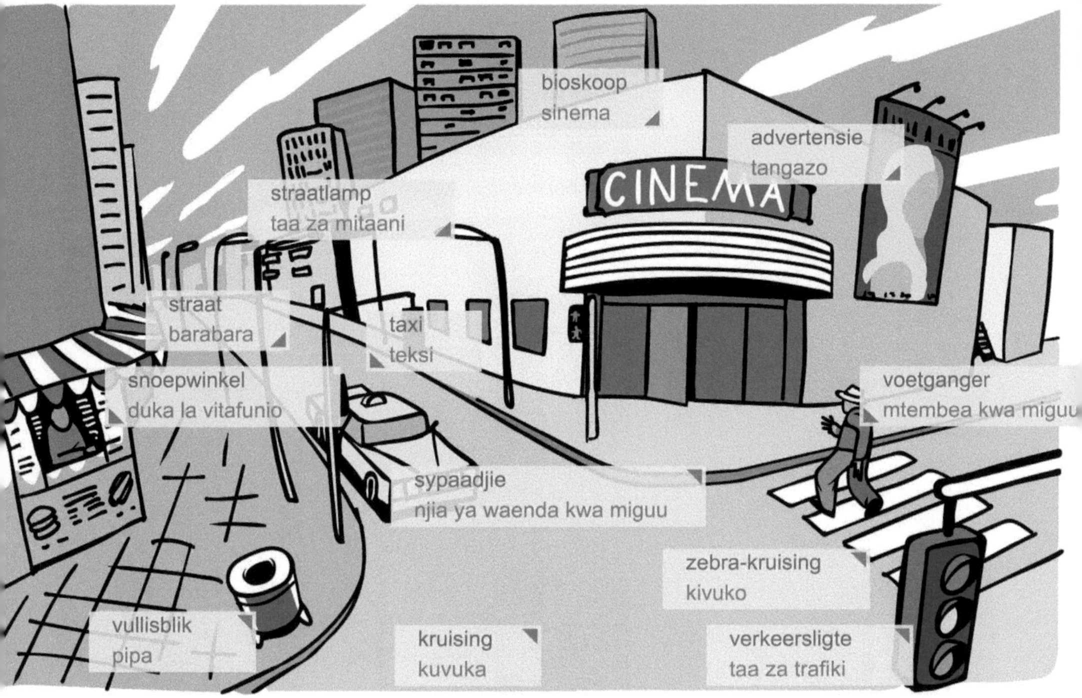

bioskoop
sinema
advertensie
tangazo
straatlamp
taa za mitaani
straat
barabara
taxi
teksi
snoepwinkel
duka la vitafunio
voetganger
mtembea kwa miguu
sypaadjie
njia ya waenda kwa miguu
zebra-kruising
kivuko
vullisblik
pipa
kruising
kuvuka
verkeersligte
taa za trafiki
CINEMA

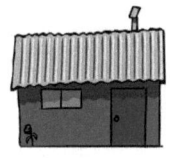

hut
kibanda

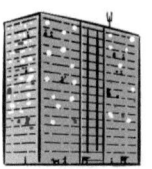

woonstel
gorofa

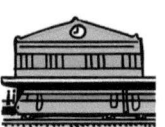

stasie
kituo cha treni

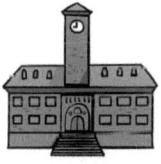

stadsaal
ukumbi wa mji

MUSEUM
museum
Makavazi

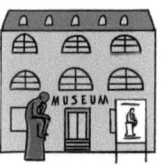

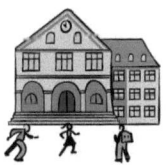

skool
shule

universiteit

chuo kikuu

bank

benki

hospitaal

hospitali

hotel

hoteli

apteek

duka la dawa

kantoor

ofisi

boekwinkel

duka la kitabu

winkel

duka

bloemis

duka la maua

supermark

dukakuu

mark

soko

handelshuis

idara ya kuhifadhi

viswinkel

mwuza samaki

inkopiesentrum

kituo cha ununuzi

hawe

bandari

park
Hifadhi

bankie
benki

brug
daraja

trappe
vidato

moltrein
chini ya ardhi

tonnel
handaki

bushalte
kituo cha mabasi

kroeg
bar

restaurant
mgahawa

posbus
sanduku la posta

straatnaambord
ishara ya barabara

parkeermeter
mita ya maegesho

dieretuin
bustani ya wanyama

swembad
kidimbwi cha kuogelea

moskee
msikiti

plaas
shamba

besoedeling
uchafuzi

begraafplaas
makaburini

kerk
kanisa

speelgrond
uwanja wa michezo

tempel
hekalu

landskap

mazingira

blaar
jani

padwyser
ishara ya mwelekeo

pad
njia

weiland
malisho

klip
jiwe

boom
mti

voetslaner
mtembeaji wa masafa

rivier
mto

gras
nyasi

blom
ua

vallei

bonde

heuwel

kilima

meer

ziwa

bos

msitu

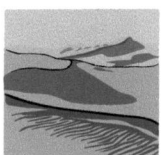

woestyn

jangwa

vulkaan

volkano

kasteel

ngome

reënboog

upinde wa mvua

sampioen

uyoga

palmboom

mtende

muskiet

mbu

vlieg

kuruka

mier

chungu

by

nyuki

spinnekop

buibui

miskruier

mende

padda

chura

eekhoring

kuchakuro

krimpvarkie

nungunungu

haas

sungura

uil

bundi

voël

ndege

swaan

swan

wildevark

nguruwe mwitu

takbok

kulungu

elk

aina ya kongoni

opgaardam

bwawa

windturbine

tabo ya upepo

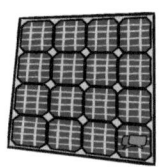

sonpaneel

nishaji ya jua

klimaat

hali ya hewa

restaurant
mgahawa

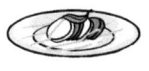

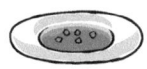

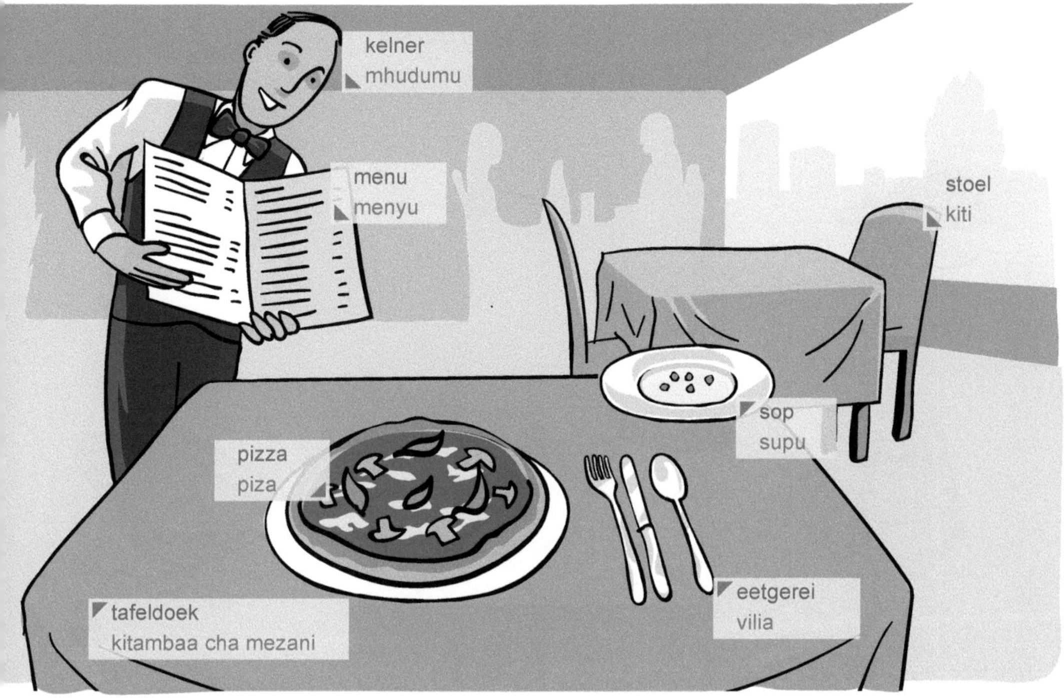
kelner
mhudumu
menu
menyu
stoel
kiti
sop
supu
pizza
piza
tafeldoek
kitambaa cha mezani
eetgerei
vilia

voorgereg

kiamsha hamu

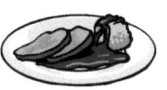

hoofgereg

kozi kuu

nagereg

kitindamlo

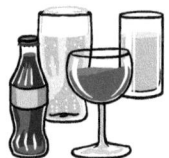

drankies

vinywaji

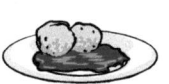

kos

chakula

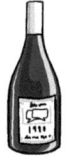

bottel

chupa

kitskos

chakula cha haraka

straatkos

Streetfood

teepot

buli

suikerverpakking

kisanduku cha sukari

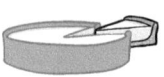

porsie

sehemu

espresso masjien

mashine ya espresso

hoë stoel

kiti kirefu

rekening

muswada

skinkbord

trei

mes

kisu

vurk

uma

lepel

kijiko

teelepel

kijiko cha chai

servet

nepi

glas

glasi

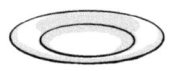

gereg
sahani

sopbakkie
sahani ya supu

piering
sufuria

sous
mchuzi

soutpot
kichanyaji chumvi

pepermeul
kinu cha pilipili

asyn
siki

olie
mafuta

speserye
viungo

tamatiesous
kechapu

mosterd
haradali

mayonaise
kachumbari nzito

supermark

dukakuu

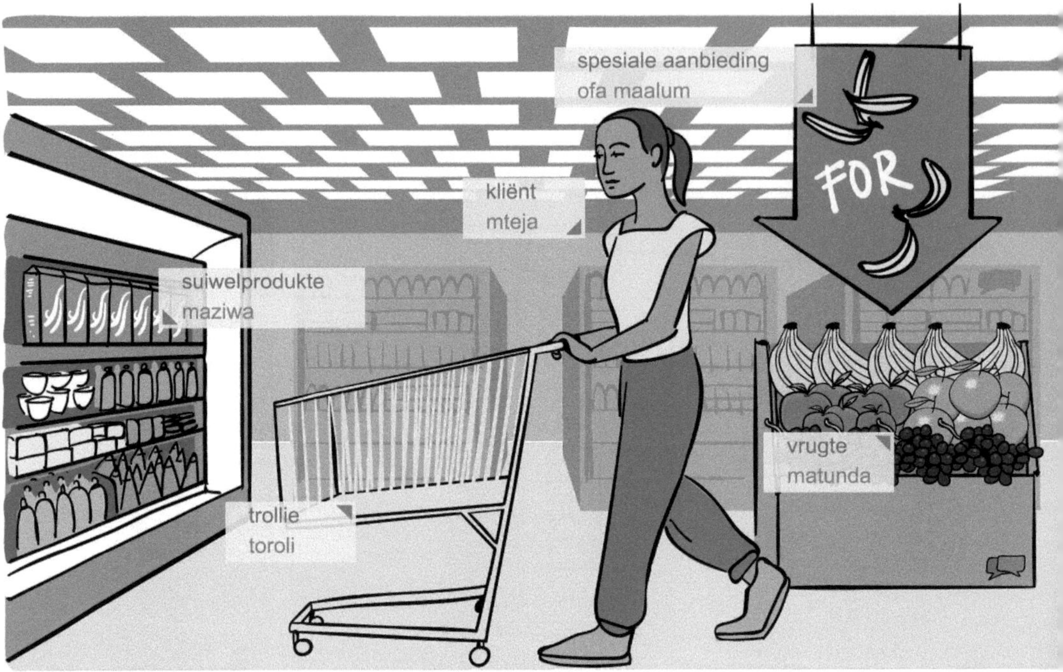

spesiale aanbieding
ofa maalum
FOR
kliënt
mteja
suiwelprodukte
maziwa
vrugte
matunda
trollie
toroli

BUTCHERS

slaghuis

mchinjaji

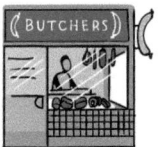

BAKERY

bakkery

mwokaji

weeg

uzito

groente

mboga

vleis

nyama

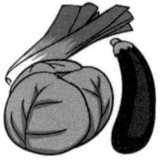

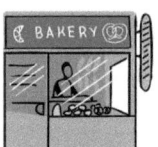

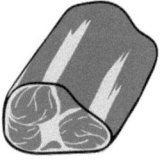

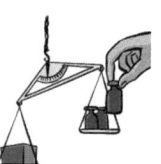

bevrore voedsel

chakula waliohifadhiwa

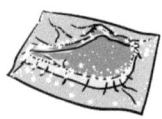

kouevleis
vipande vya nyama baridi

blikkieskos
chakula cha kopo

waspoeier
sabuni ya unga

lekkers
pipi

huishoudelike produkte
bidhaa za kaya

skoonmaakprodukte
bidhaa za kusafisha

verkoopsvrou
mtu mauzo

kasregister
mpaka

kassier
keshia

inkopielys
orodha ya manunuzi

besigheidsure
masaa ya ufunguzi

beursie
mkoba

kredietkaart
kadi

sak
mfuko

plastieksak
mfuko wa plastiki

water

maji

sap

sharubati

melk

maziwa

coke

coke

wyn

mvinyo

bier

bia

alkohol

pombe

kakao

kakao

tee

chai

koffie

kahawa

espresso

spreso

cappuccino

kapuchino

piesang

ndizi

appel

tufaha

lemoen

machungwa

waatlemoen

tikiti

suurlemoen

lemon

wortel

karoti

knoffel

kitunguu saumu

bamboes

mianzi

ui

kitunguu

sampioen

uyoga

neute

karanga

noedels

nudo

spaghetti

spageti

rys

mpunga

slaai

saladi

aartappelskyfies

vibanzi

gebraaide aartappels

viazi vya kukaanga

pizza

piza

hamburger

hambaga

toebroodjie

sandwichi

kotelet

kipande

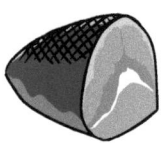

ham

paja la mnyama

salami

salami

wors

soseji

hoender

kuku

braaivleis

choma

vis

samaki

hawermoutflokkies

oats ya uji

muesli

muesli

graanvlokkies

cornflakes

meel

unga

croissant

kroisanti

broodrolletjie

andazi

brood

mkate

roosterbrood

mkate wa kubanika

koekies

biskuti

botter

siagi

dikmelk

maziwa mgando

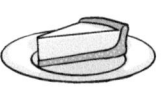

koek

keki

eier

yai

gebraaide eier

yai kukaanga

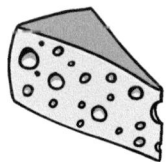

kaas

jibini

roomys

aiskrimu

suiker

sukari

heuning

asali

konfyt

jemu

nougat-smeer

kuenea kwa chokoleti

kerrie

mchuzi wa viungo

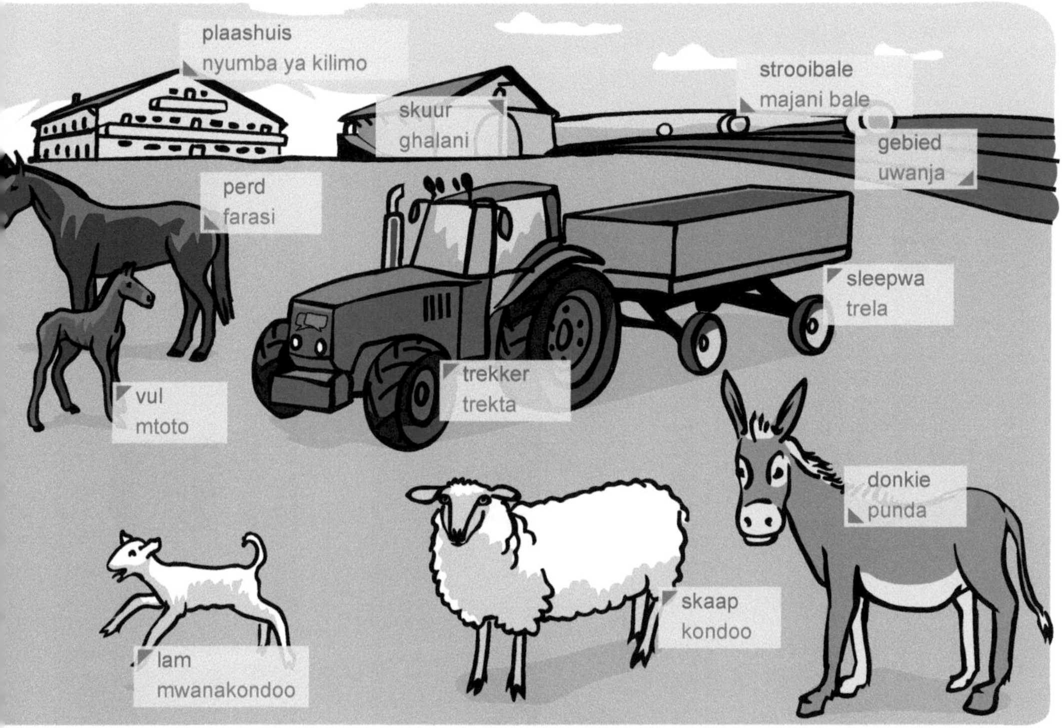

plaashuis
nyumba ya kilimo

strooibale
majani bale

skuur
ghalani

gebied
uwanja

perd
farasi

sleepwa
trela

trekker
trekta

vul
mtoto

donkie
punda

skaap
kondoo

lam
mwanakondoo

bok
mbuzi

koei
ng'ombe

kalf
ndama

vark
nguruwe

varkie
mwananguruwe

bul
fahali

gans

batabukini

eend

bata

kuiken

kifaranga

hen

kuku

haan

jogoo

rot

panya

kat

paka

muis

panya

os

ng'ombe

hond

mbwa

hondehok

nyumba ya mbwa

tuinslang

bomba la bustani

gieter

debe la kumwagilia maji

sens

fyekeo

ploeg

kulima

sekel

mundu

skoffel

jembe

gaffel

uma wa nyasi

byl

shoka

kruiwa

toroli

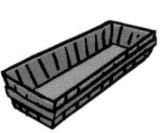

trog

kupitia nyimbo

melkkan

chombo cha maziwa

sak

gunia

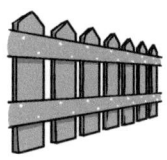

heining

ua

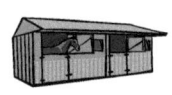

stal

imara

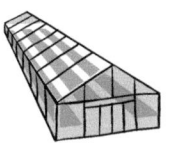

kweekhuis

chafu

grond

udongo

saad

mbegu

kunsmis

mbolea

stroper

kivunaji

oes
....
mavuno

oes
....
mavuno

yam
....
viazi vikuu

koring
....
ngano

soja
....
soya

aartappel
....
viazi

koring
....
mahindi

raapsaad
....
rapa

vrugteboom
....
mti wa matunda

broodwortel
....
muhogo

graan
....
nafaka

huis

nyumba

skoorsteen
chimni
dak
paa
dreinpyp
bomba la maji ya mvua
venster
dirisha
garage
gareji
deurklokkie
kengele ya mlangoni
deur
mlango
vullisdrom
pipa la taka
posbus
sanduku la barua
tuin
bustani

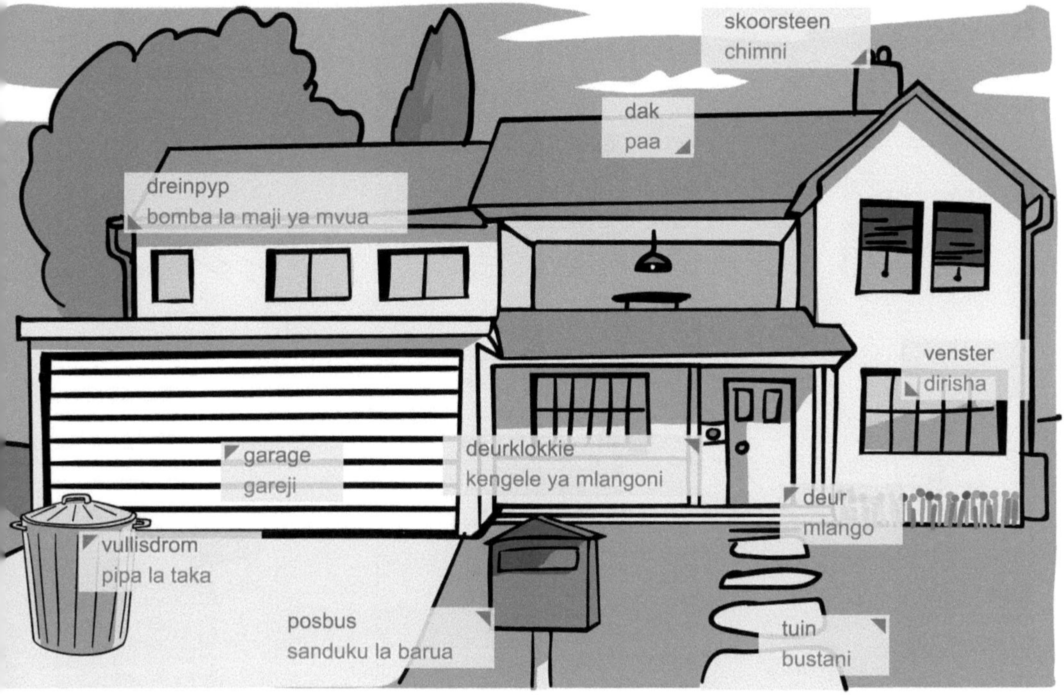

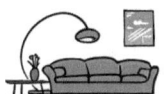

woonkamer

sebuleni

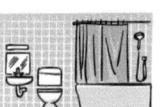

badkamer

bafu

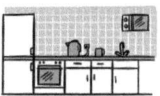

kombuis

jikoni

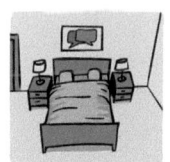

slaapkamer

chumba cha kulala

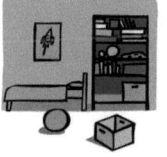

kinderkamer

chumba ya mtoto

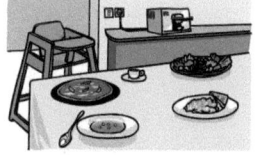

eetkamer

chumba cha kulia

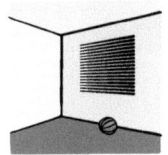

vloer
sakafu

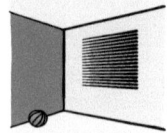

muur
ukuta

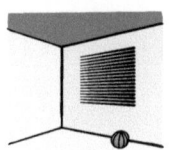

plafon
dari

kelder
pishi

sauna
sauna

balkon
roshani

terras
mtaro

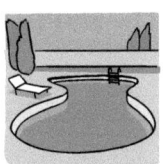

swembad
kidimbwi

grassnyer
mashine ya kukata nyasi

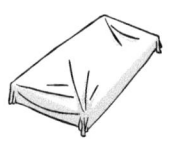

beddegoedoortreksel
karatasi

deken
kitambaa cha kupamba
kitanda

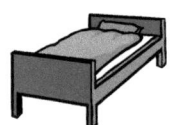

bed
kitanda

besem
ufagio

emmer
ndoo

skakelaar
kubadili

woonkamer
sebuleni

muurpapier
mandhari
prentjie
picha
lamp
taa
rak
rafu
kas
kabati
televisie
televisheni/runinga
kaggel
mekoni
blom
ua
kussing
mto
rusbank
sofa
vaas
chombo cha maua
afstandbeheer
kitenzambali

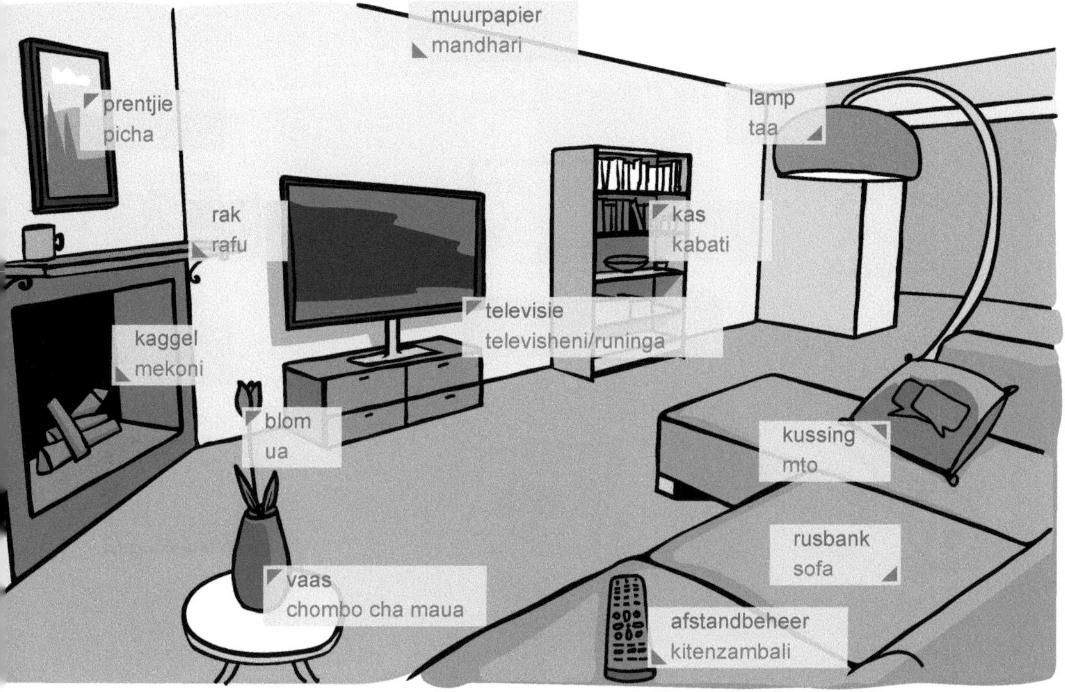

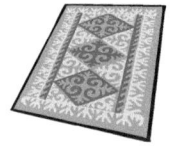

mat

zulia

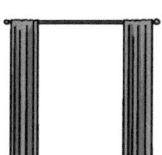

gordyn

pazia

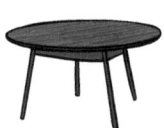

tafel

meza

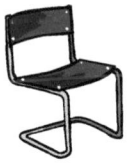

stoel

kiti

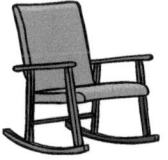

wiegstoel

kiti cha bembea

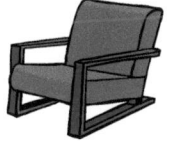

leunstoel

armchair

boek

kitabu

kombers

blanketi

versiering

mapambo

vuurmaakhout

kuni

film

filamu

hoëtroustel

kifaa cha hi-fi

sleutel

ufunguo

koerant

gazeti

skildery

uchoraji

plakkaat

bango

radio

redio

notaboekie

daftari

stofsuier

kifyonza

kaktus

dungusi kakati

kers

mshumaa

kombuis

jikoni

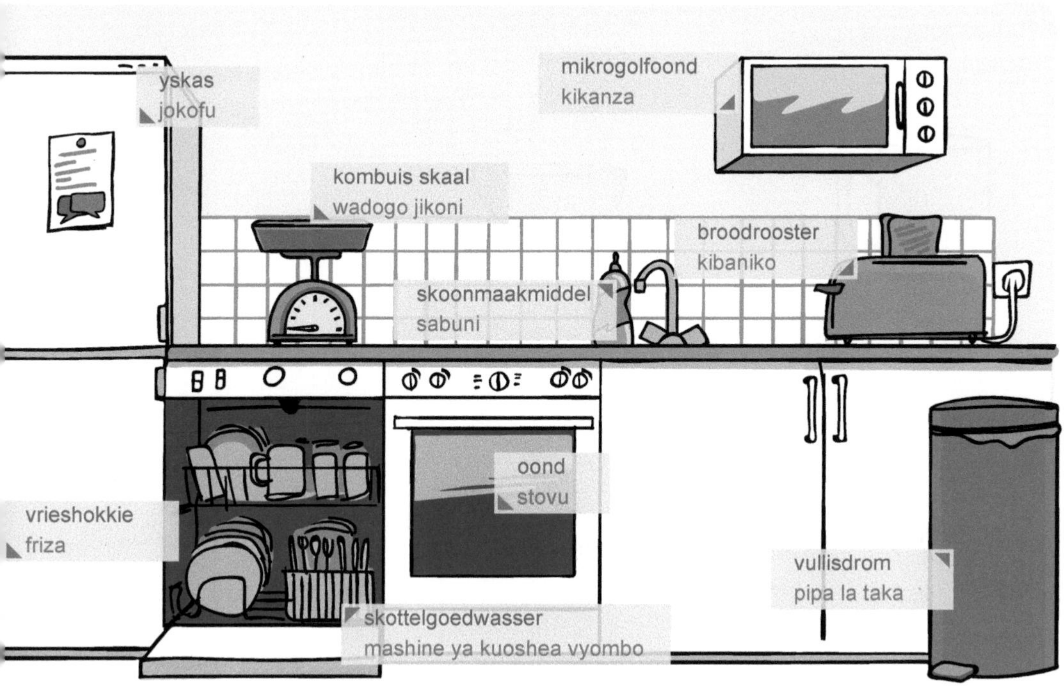
yskas
jokofu
mikrogolfoond
kikanza
kombuis skaal
wadogo jikoni
broodrooster
kibaniko
skoonmaakmiddel
sabuni
oond
stovu
vrieshokkie
friza
vullisdrom
pipa la taka
skottelgoedwasser
mashine ya kuoshea vyombo

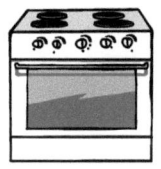

drukkoker

jiko la kupika

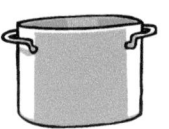

pot

chungu

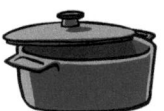

ysterpot

sufuria ya chuma

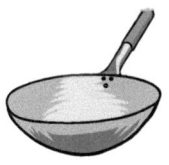

wok / kadai

wok / kadai

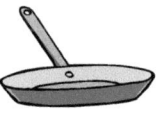

pan

kaango

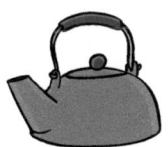

ketel

birika

stoomkoker

stima

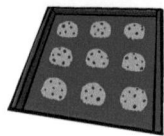

bakplaat

sinia ya kuoka

breekware

vyombo vya udongo

beker

kombe

bak

bakuli

eetstokkie

vijiti vya kulia

skeplepel

ukawa

spatel

mwiko mpana

klitser

burashi

sif

kichujio

sif

chujio

rasper

mbuzi

vysel

chokaa

braai

barbeque

oop vuur

moto wazi

broodplank
ubao wa majaribio

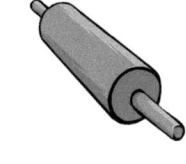

koekroller
kijiti cha kusukuma unga

kurktrekker
kizibuo

kan
kopo

blikoopmaker
inaweza kopo

vatlap
kishikio cha chungu

opwasbak
karo

borsel
brashi

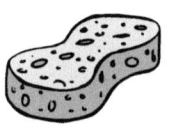

spons
sifongo

menger
kisagaji matunda

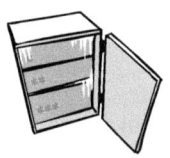

vrieskas
friji ya kina

bababottel
chupa ya mtoto

kraan
bomba

badkamer
bafu

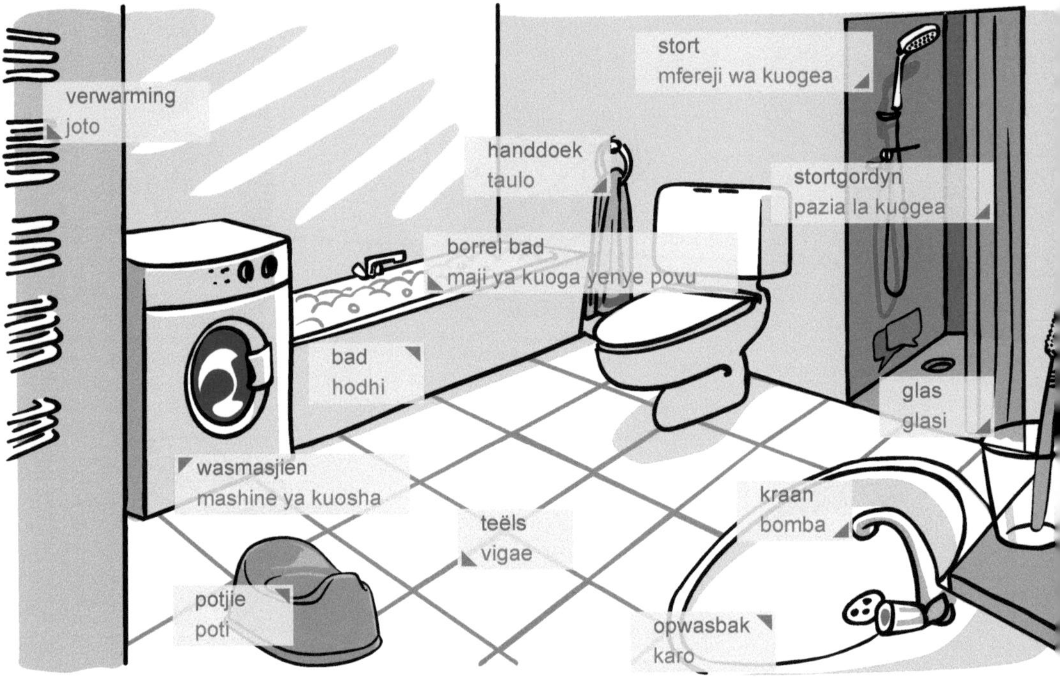

verwarming
joto
stort
mfereji wa kuogea
handdoek
taulo
stortgordyn
pazia la kuogea
borrel bad
maji ya kuoga yenye povu
bad
hodhi
glas
glasi
wasmasjien
mashine ya kuosha
kraan
bomba
teëls
vigae
potjie
poti
opwasbak
karo

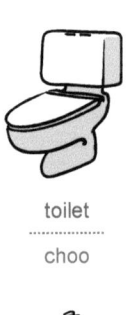

toilet

choo

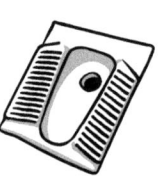

hurktoilet

choo cha squat

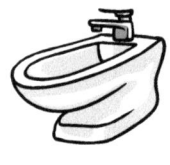

bidet

beseni la mviringo

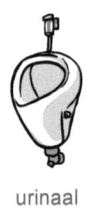

urinaal

choo cha umma

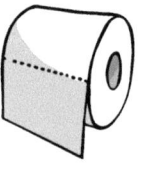

toiletpapier

shashi

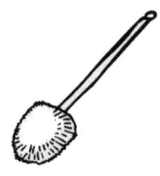

toiletborsel

brashi ya choo

tandeborsel

mswaki

tandepasta

dawa ya meno

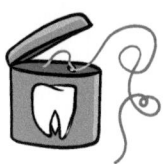

tande vlos

dawa ya meno

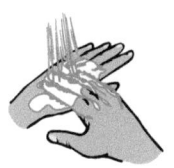

was

safisha

handstort

kuoga mkono

stort

msukumo wa maji

wasbak

bonde

rugkantborsel

mpako wa pili

seep

sabuni

stortgel

jeli ya kuogea

sjampoe

shampuu

flanel

flana

drein

toa maji

room

krimu

reukweerder

kiondoa harufu

spieël

kioo

spieëltjie

kioo mkono

skeermes

kinyozi

skeerroom

povu la kunyoa

naskeermiddel

baada ya kunyoa

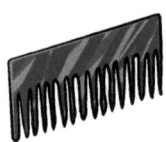

kam

kichana

borsel

brashi

haardroër

kikausha nywele

haarsproei

marashi ya nyewele

grimmering

vipodozi

lipstifie

kidomwa

naellak

varnish ya msumari

watte

pamba

naelknipper

mkasi wa kucha

parfuum

manukato

toiletsakkie

mkoba wa kuosha

stoel

kinyesi

skaal

mizani

badjas

nguo ya kuoga

rubberhandskoene

glavu za mpira

tampon

kisodo

sanitêre handdoek

sodo

chemiese toilet

kemikali choo

kinderkamer
chumba ya mtoto

wekker
saa ya kengele
snoesige speelding
kidoli cha kupakata
speelgoedkarretjie
gari bandia
ratel
kelele
pophuis
chumba cha midoli
geskenk
sasa

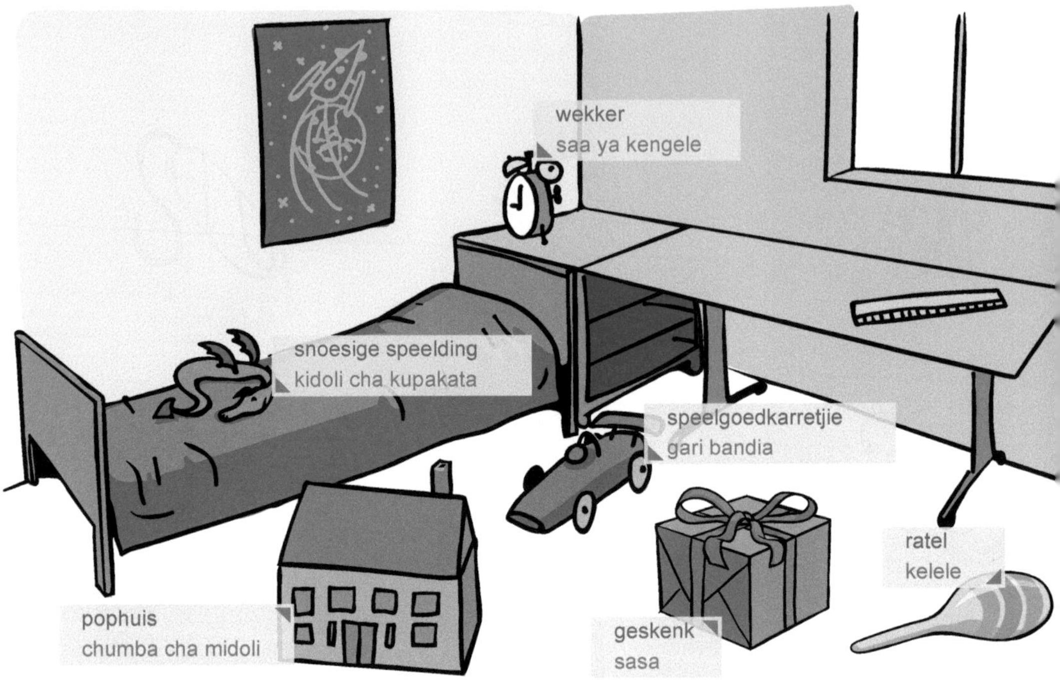

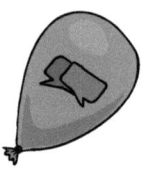

ballon

baluni

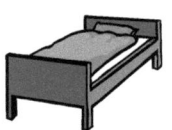

bed

kitanda

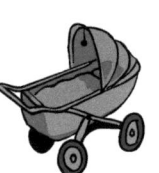

stootwaentjie

mashua

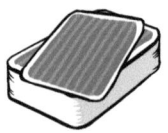

kaartespel

staha ya kadi

legkaart

mchezo-fumb

SUPER MEGA

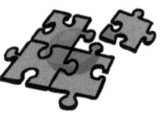

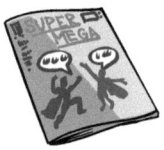

tekenprent

vichekesho

lego-blokkies

matofali lego

speelgoedblokke

vitalu mwigo

animasieheld

hatua takwimu

groeipakkie

suti ya kulalia

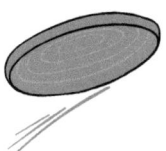

frisbee

kisahani

mobile

simu

bordspeletjie

ubao wa michezo

dobbelsteen

kete

model trein stel

garimoshi mwigo

fopspeen

dummy

partytjie

chama

prenteboek

picha kitabu

bal

mpira

pop

kikaragosi

speel

kucheza

sandput

shimo la mchanga

swaai

bembea

speelgoed

vitu bandia

videospeletjie-konsole

kiweko cha video ya mchezo

driewiel

baiskeli ya magurudumu

matatu

teddiebeer

mwanasesere

klerekas

kabati

klere

nguo

sokkies

soksi

kouse

stokingi

broekiekouse

kibano

serp
skafu

belt
ukanda

sambreel
mwavuli

t-hemp
fulana

tekkies
wakufunzi

skoene
viatu

pantoffels
ndara

sandale
malapa

skoene
viatu

rubber stewels
mabuti ya mpira

onderbroek
suruali ya ndani

bra
sidiria

onderbaadjie
fulana

klere - nguo

liggaam
mwili

broek
suruali

jeans
dangirizi

romp
sketi

bloes
blauzi

hemp
shati

oortrektrui
vuta

oortrektrui
sweta

baadjie
bleza

baadjie
jaketi

jas
koti

reënjas
koti la mvua

kostuum
maleba

rok
gauni

trourok
mavazi ya harusi

pak
....
suti

nagrok
....
vazi la usiku

pajamas
....
pajama

sari
....
sari

kopdoek
....
skafu

tulband
....
kilemba

burqa
....
burka

kaftan
....
kaftan

abaya
....
abaya

swembroek
....
vazi la kuogelea

swembroek
....
vazi la kiume la kuogelea

kortbroek
....
kaptura

sweetpak
....
teitei

voorskoot
....
aproni

handskoene
....
glavu

knoppie

kifungo

bril

glasi

armband

bangili

halssnoer

mkufu

ring

pete

oorbel

herini

pet

kofia

klerehanger

kiango cha koti

hoed

kofia

das

tai

rits

zipu

helmet

kofia

draadjies

kanda za suruali

skooluniform

sare za shule

uniform

sare

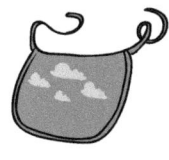

bib

bibu

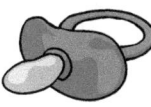

fopspeen

dummy

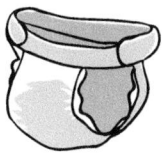

doek

nepi

kantoor

ofisi

bediener
seva
liasseerkabinet
kabati la kuweka faili
drukker
kichapishaji
papier
karatasi
skerm
kiwambo
muis
kipanya
lessenaar
dawati
leêr
folda
sleutelbord
kibodi
rom
cha kuweka karatasi chafu
stoel
kiti
rekenaar
kompyuta

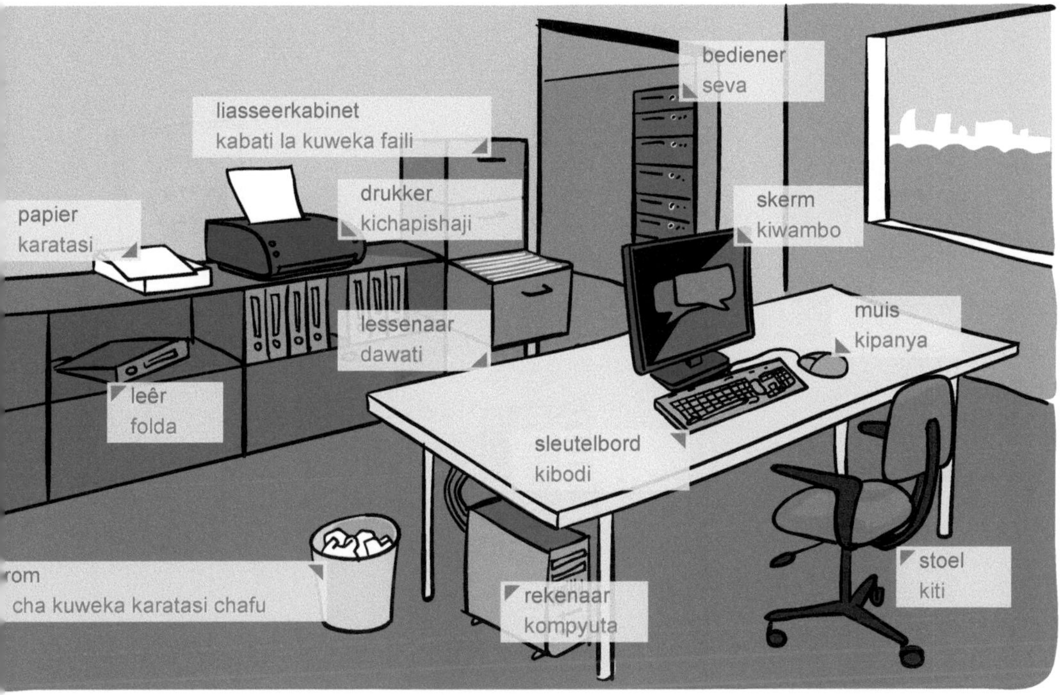

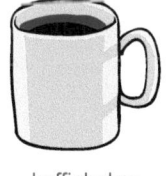

koffiebeker

kmobe la kahawa

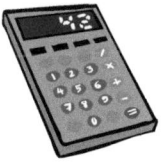

sakrekenaar

kikokotoo

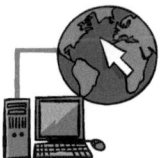

internet

biashara

skootrekenaar

mbali

brief

barua

boodskap

ujumbe

selfoon

rununu

netwerk

intaneti

fotostaatmasjien

fotokopia

sagteware

programu

telefoon

simu

muurprop

soketi

faksmasjien

kipepesi

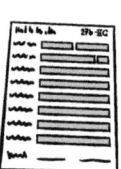

vorm

fomu

dokument

hati

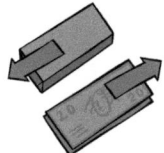

koop

kununua

betaal

kulipa

besigheid doen

biashara

geld

fedha

dollar

dola

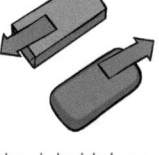

euro

yuro

yen

yeni

roebel

rouble

switserse frank

faranga ya Uswisi

renminbi yuan

renminbi yuan

rupee

rupia

kontantteller (ATM)

eneo la kulipia

bureau de change

ofisi ya ubadilishanaji

goud

dhahabu

silwer

fedha

olie

mafuta

energie

nishati

prys

bei

kontrak

mkataba

belasting

kodi

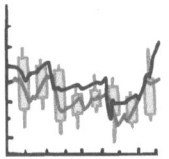

aandele

bidhaa

werk

kazi

werknemer

mfanyakazi

werkgewer

mwajiri

fabriek

kiwanda

winkel

duka

beroepe
kazi

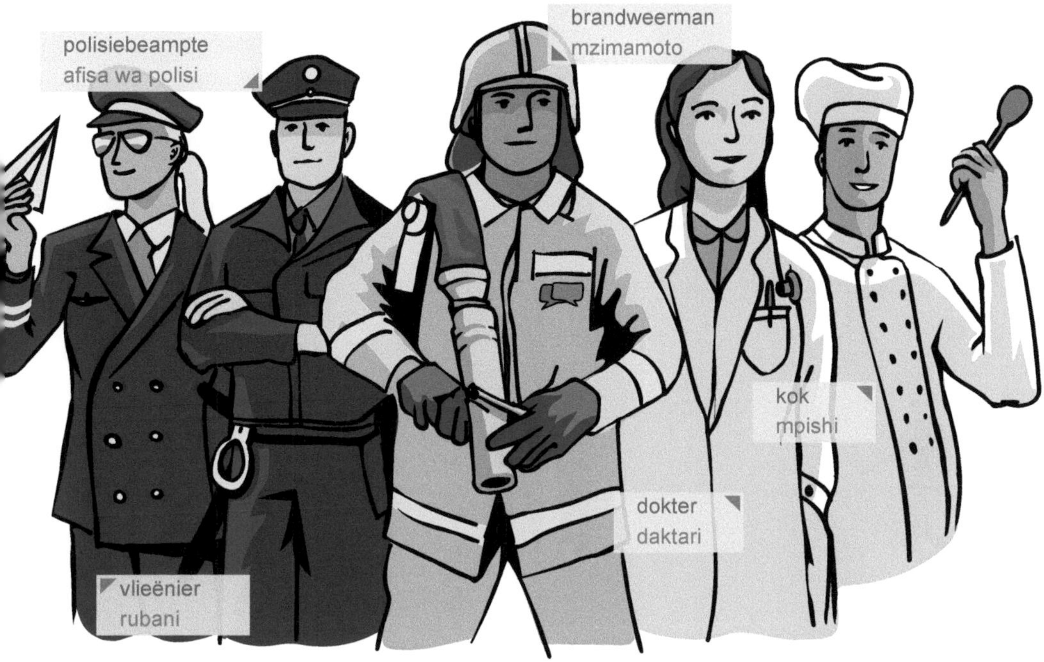
polisiebeampte
afisa wa polisi
brandweerman
mzimamoto
kok
mpishi
dokter
daktari
vlieënier
rubani

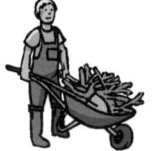

tuinier

mtunza bustani

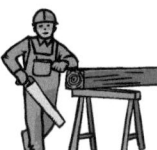

timmerman

seremala

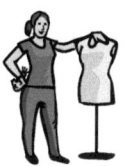

naaldwerkster

mshonaji

regter

hakimu

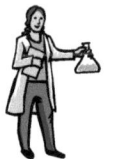

chemikus

mwanakemia

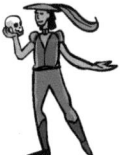

akteur

muigizaji

busbestuurder

dereva wa basi

taxibestuurder

dereva wa teksi

visserman

mvuvi

skoonmaakvrou

mwanamke wa kusafisha

dakwerker

mwezekaji

kelner

mhudumu

jagter

mwindaji

skilder

mchoraji

bakker

mwokaji

elektrisiën

umeme

bouer

mjenzi

ingenieur

mhandisi

slagter

mchinjaji

loodgieter

fundi bomba

posman

mwanaposta

soldaat

mwanajeshi

argitek

msanifu majengo

kassier

keshia

bloemiste

muuza maua

haarkapper

msusi

kondukteur

kondakta

werktuigkundige

mekanika

kaptein

nahodha

tandarts

daktari wa meno

wetenskaplike

mwanasayansi

rabbi

rabbi

imam

imamu

monnik

mtawa

predikant

kasisi

gereedskap
zana

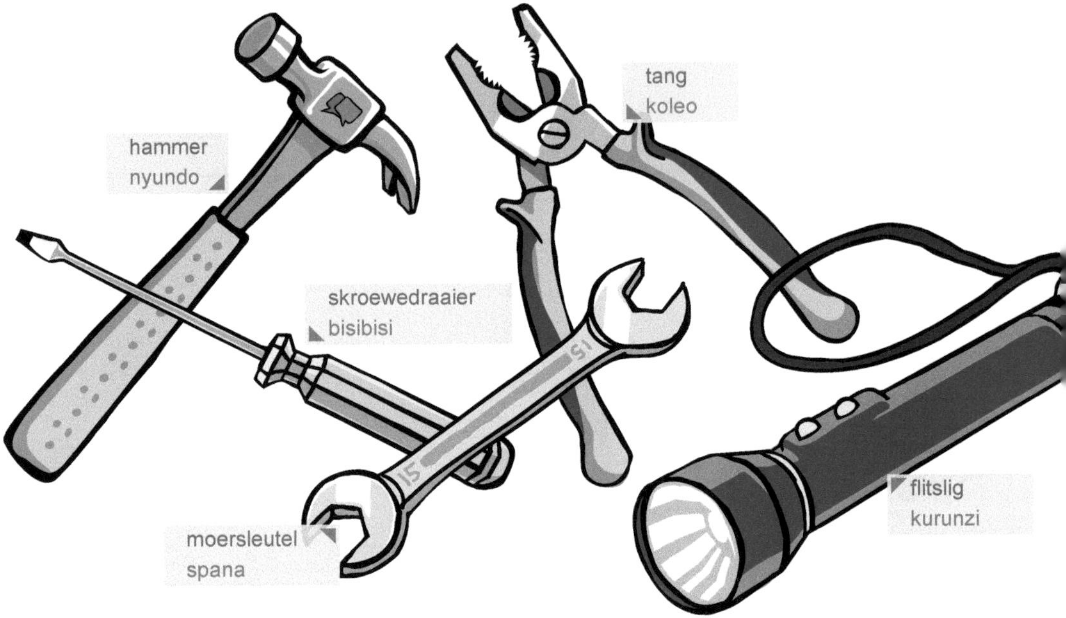

hammer
nyundo
tang
koleo
skroewedraaier
bisibisi
moersleutel
spana
flitslig
kurunzi

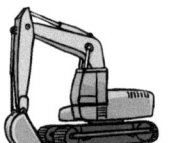

graaftoestel

mchimbaji

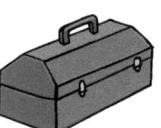

gereedskapskis

sanduku la vifaa

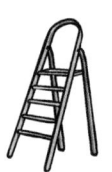

leer

ngazi

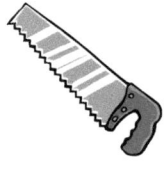

saag

msumeno

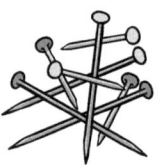

naels

misumari

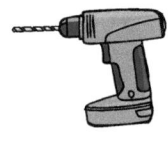

boor

kuchimba visima

regmaak

kukarabati

graaf

sepetu

verdomp!

Lo!

skoppie

kishikio cha uchafu

verfpot

chungu cha rangi

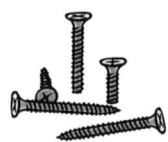

skroewe

skurubu

musiekinstrumente
ala za muziki

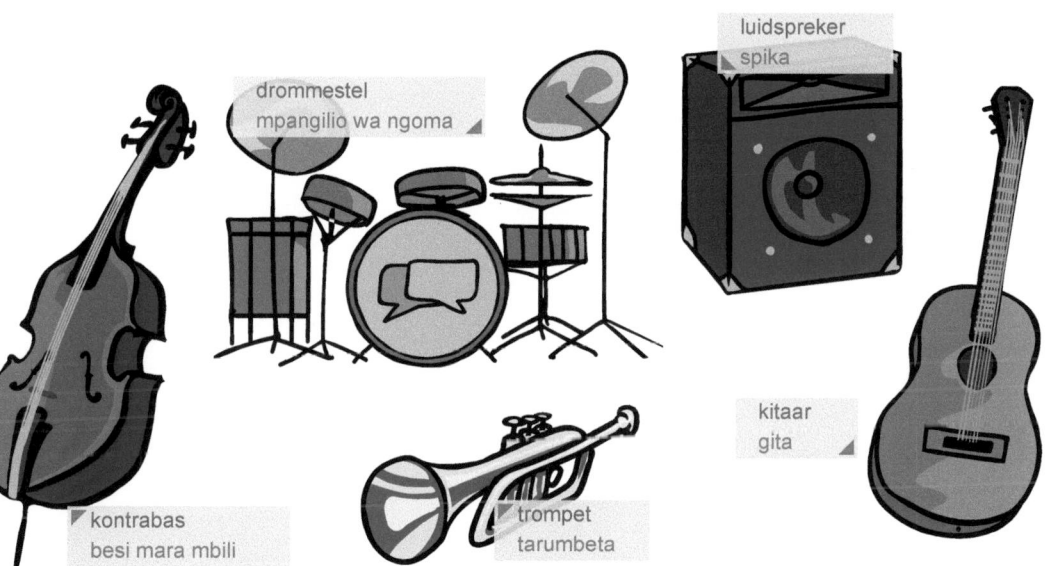

drommestel
mpangilio wa ngoma

luidspreker
spika

kitaar
gita

kontrabas
besi mara mbili

trompet
tarumbeta

klavier

piano

viool

fidla

bas

ubeji

keteltrom

timpani

dromme

ngoma

sleutelbord

kibodi

saksofoon

saksafoni

fluit

filimbi

mikrofoon

maikrofoni

dieretuin

bustani ya wanyama

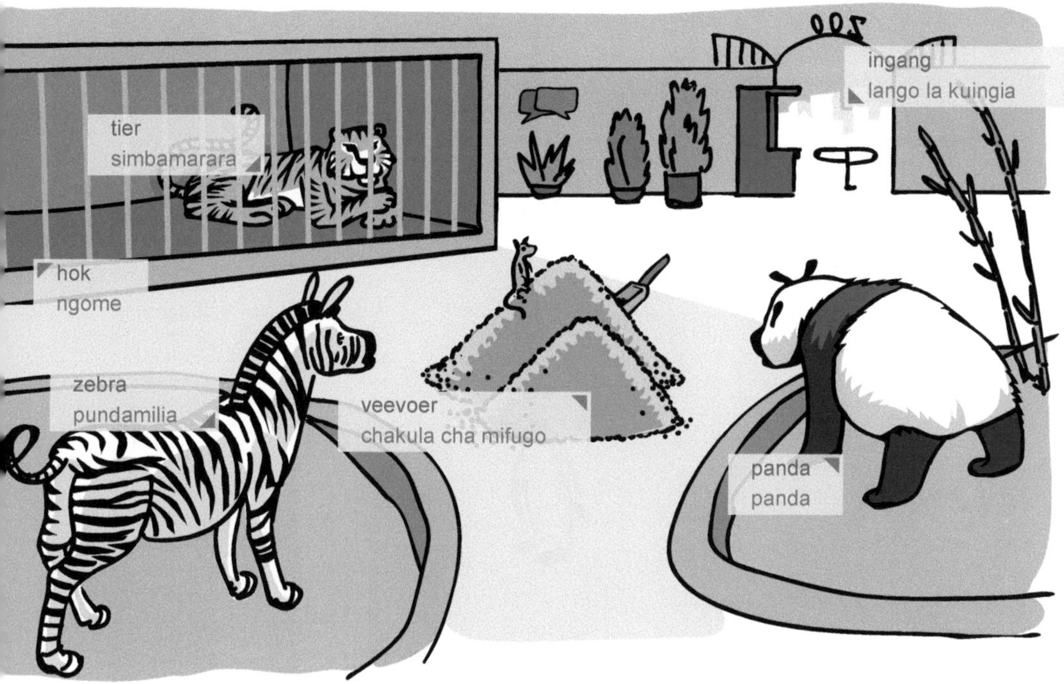

zoo
ingang
lango la kuingia
tier
simbamarara
hok
ngome
zebra
pundamilia
veevoer
chakula cha mifugo
panda
panda

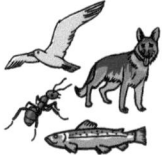

diere

wanyama

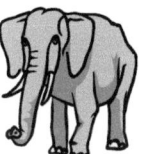

olifant

tembo

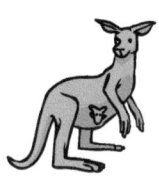

kangaroo

kangaruu

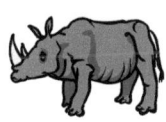

renoster

kifaru

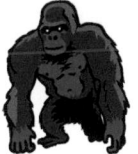

gorilla

sokwe

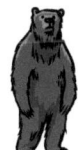

beer

dubu

kameel

ngamia

volstruis

mbuni

leeu

simba

aap

tumbili

flamink

heroe

papegaai

kasuku

ysbeer

dubu

pikkewyn

penguini

haai

papa

pou

tausi

slang

nyoka

krokodil

mamba

dieretuinopsigter

mtunza wanyama

rob

muhuri

jaguar

jaguar

ponie

mwanafarasi

luiperd

chui

seekoei

kiboko

kameelperd

twiga

arend

tai

wildevark

nguruwe mwitu

vis

samaki

skilpad

kobe

walrus

sili

jakkals

mbweha

gemsbok

paa

Amerikaanse Voetbal
soka ya marekani

fietsry
uendeshaji baiskeli

tennis
tenisi

basketbal
mpira wa kikapu

swem
kuogelea

boks
ndondi

ys-hokkie
magongo ya barafuni

sokker
soka

pluimbal
vinyoya

atletiek
riadha

handbal
mpira wa mikono

ski
skii

polo
polo

aktiwiteite
shughuli

spring
kuruka
drukkie
kumbatia
lag
cheka
loop
kutembea
sing
kuimba
droom
ota ndoto
bid
kuomba
soen
busu

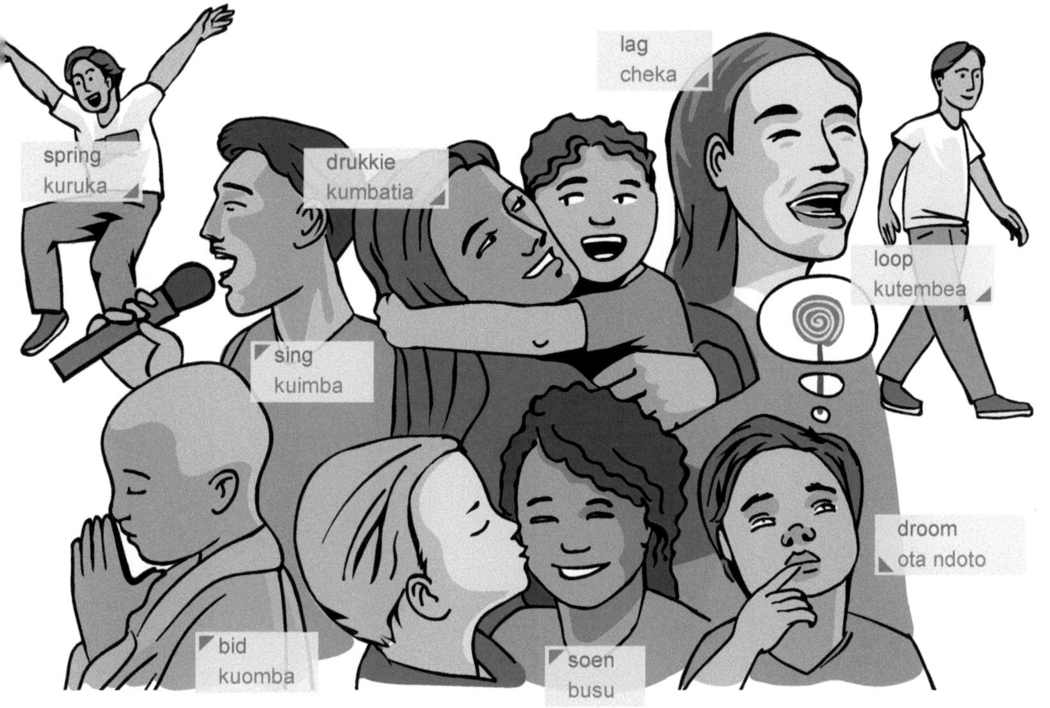

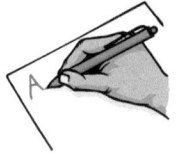

skryf

kuandika

teken

kuteka

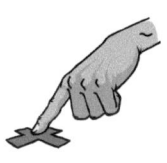

show

angalia

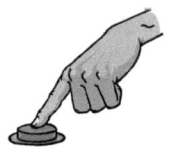

druk

sukuma

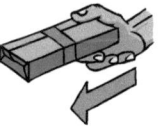

gee

kutoa

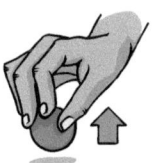

neem

kuchukua

het
kuwa

doen
fanya

wees
kuwa

staan
kusimama

hardloop
kukimbia

trek
vuta

gooi
kutupa

val
kuanguka

jok
hadaa

wag
kusubiri

dra
kubeba

sit
kukaa

aantrek
vaa nguo

slaap
usingizi

wakker word
kuamka

kyk na

kuangalia

huil

lia

streel

kiharusi

kam

chana nywele

praat

ongea

verstaan

kuelewa

vra

kuuliza

luister

kusikiliza

drink

kunywa

eet

kula

opruim

nadhifisha

liefhê

upendo

kook

mpishi

ry

gari

vlieg

kuruka

seil

meli

bereken

kokotoa

lees

kusoma

leer

kujifunza

werk

kazi

trou

kuoa

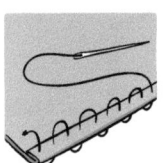

naai

kushona

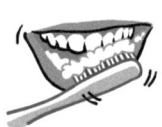

tande borsel

piga mswaki

doodmaak

kuua

rook

moshi

stuur

kutuma

ouma
bibi

oupa
babu

pa
baba

ma
mama

baba
mtoto

dogter
binti

seun
bin

gas

mgeni

tannie

shangazi

oom

mjomba

broer

kaka

suster

dada

liggaam

mwili

voorkop
paji la uso
oog
jicho
gesig
uso
ken
kidevu
vinger
kidole
hand
mkono
bors
matiti
arm
mkono
skouer
bega
been
mguu

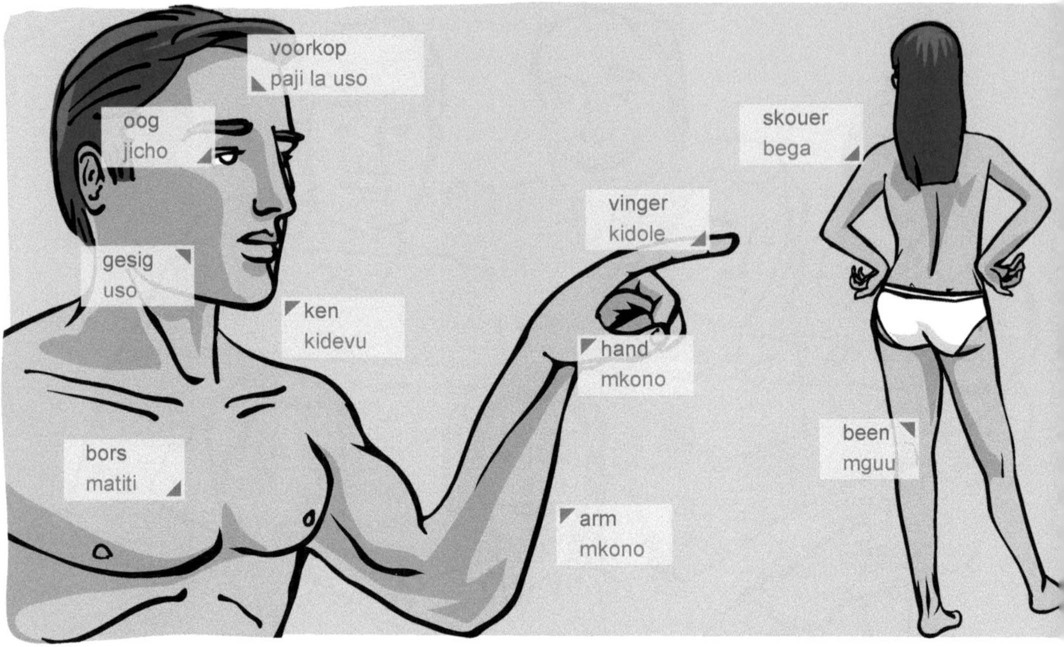

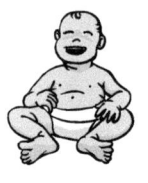

baba
mtoto

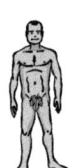

man
mwanamume

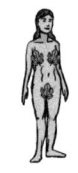

vrou
mwanamke

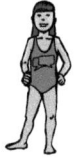

meisie
msichana

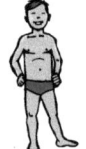

seun
mvulana

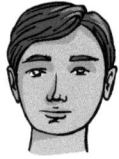

kop
kichwa

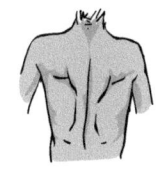

rug
nyuma

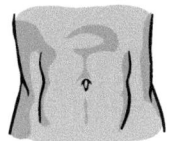

buik
tumbo

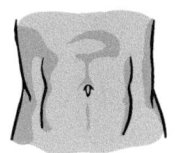

naelstring
kitovu

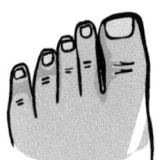

toon
chano

hak
kisigino

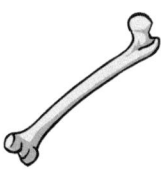

been
mfupa

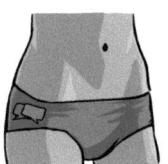

heup
nyonga

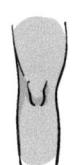

knie
goti

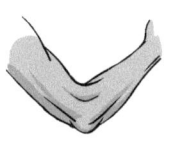

elmboog
kiwiko

neus
pua

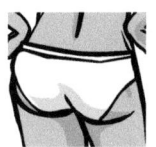

boude
chini

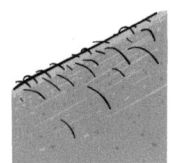

vel
ngozi

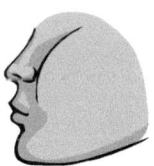

wang
shavu

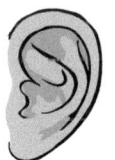

oor
sikio

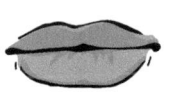

lippe
mdomo

mond
kinywa

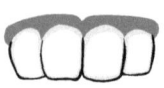

tand
jino

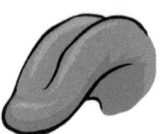

tong
ulimi

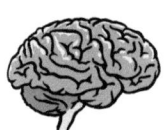

brein
ubongo

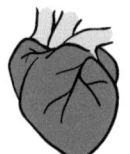

hart
moyo

spiere
misuli

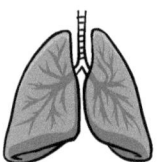

long
pafu

lewer
ini

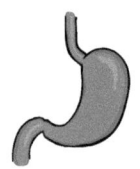

maag
tumbo

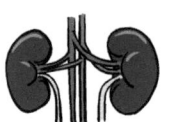

niere
figo

seks
jinsia

kondoom
kondomu

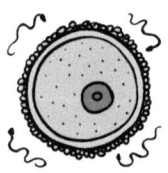

eierstok
ovari

semen
shahawa

swangerskap
mimba

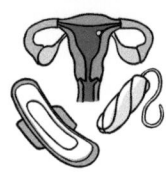

menstruasie
....
hedhi

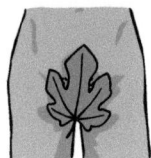

vagina
....
uke

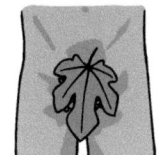

penis
....
uume

wenkbrou
....
unyusi

hare
....
nywele

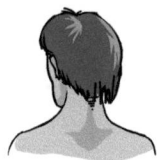

nek
....
shingo

hospitaal
hospitali

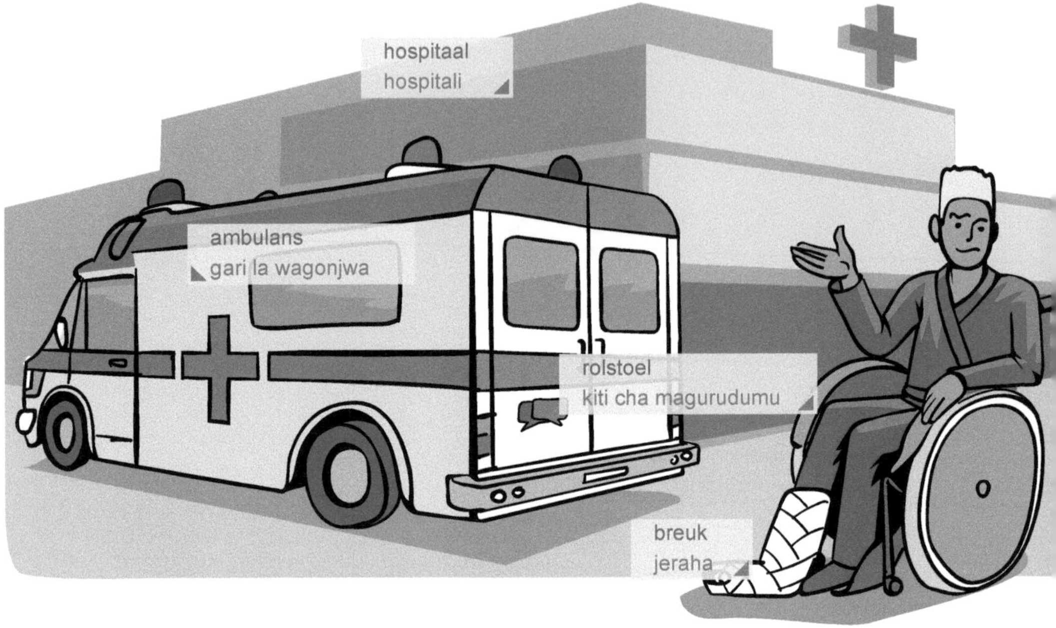

hospitaal
hospitali
ambulans
gari la wagonjwa
rolstoel
kiti cha magurudumu
breuk
jeraha

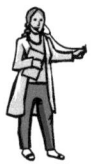

dokter

daktari

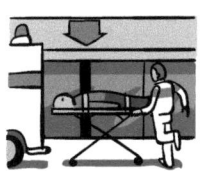

ongevalle

chumba cha dharura

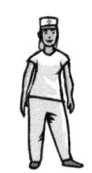

verpleegster

muuguzi

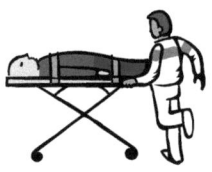

noodgeval

dharura

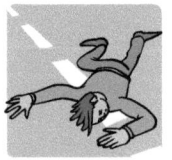

bewusteloos

kupoteza fahamu

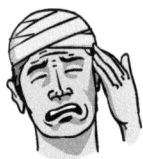

pyn

maumivu

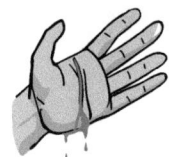

besering
kuumia

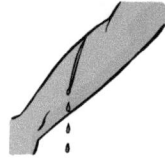

bloeding
kutokwa na damu

hartaanval
mshtuko wa moyo

beroerte
kiharusi

allergie
mzio

hoes
kikohozi

koors
homa

griep
mafua

diarree
kuharisha

hoofpyn
maumivu ya kichwa

kanker
kansa

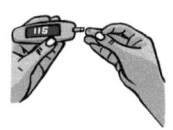

diabetes
ugonjwa wa kisukari

chirurg
daktari mpasuaji

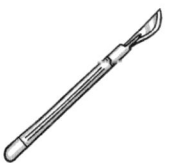

skalpel
kisu kidogo cha kupasulia

operasie
operesheni

CT
picha changanufu ya mwili

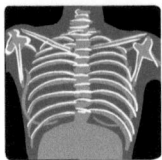

X-straal
Eksrei

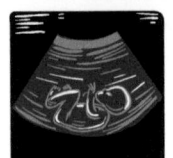

ultraklank
mawimbi sauti

gesigmasker
barakoa ya uso

siekte
ugonjwa

wagkamer
chumba cha kusubiri

kruk
mkongojo

gips
plasta

verband
bendeji

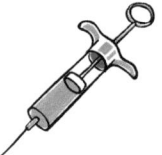

inspuiting
sindano

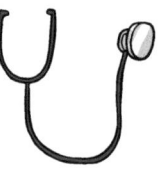

stetoskoop
stetoskopu

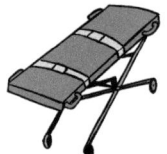

draagbaar
machela

kliniese termometer
kipimajoto cha kliniki

geboorte
kuzaliwa

oorgewig
unene kupita kiasi

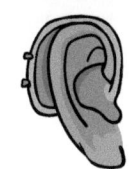

gehoorapparaat

kusikia misaada

ontsmettingsmiddel

kipukusi

infeksie

maambukizi

virus

virusi

MIV / vigs

VVU / UKIMWI

medisyne

dawa

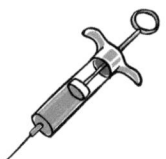

inenting

chanjo

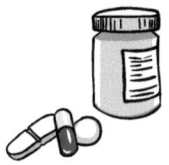

tablette

vidonge

pil

kidonge

noodoproep

simu ya dharura

blooddrukmonitor

haemodainamometa

siek / gesond

mgonjwa / mwenye afya

Help! Msaada!	 alarm kengele	 aanranding pigo
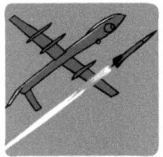 aanval shambulizi	 gevaar hatari	 nooduitgang lango la dharura
Brand! Moto!	 brandblusser kizima moto	 ongeluk ajali
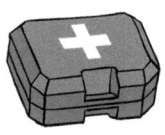 noodhulpkissie vifaa vya huduma ya kwanza	 SOS wito wa msaada	 polisie polisi

Europa

Ulaya

Noord-Amerika

Amerika ya Kaskazini

Suid-Amerika

Amerika ya Kusini

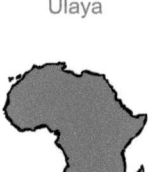

Afrika

Afrika

Asië

Asia

Australië

Australia

Atlantiese Oseaan

Atlantiki

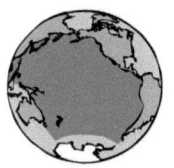

Stille Oseaan

Pasifiki

Indiese Oseaan

Bahari ya Hindi

Antarktiese Oseaan

Bahari ya Antaktiki

Arktiese Oseaan

Bahari ya Aktiki

Noordpool

Ncha ya Kaskazini

Suidpool

Ncha ya Kusini

Antarktika

Antaktika

aarde

dunia

land

nchi

see

bahari

eiland

kisiwa

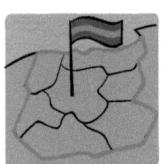

nasie

taifa

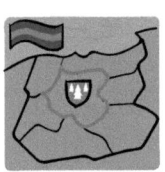

staat

jimbo

horlosie

uso wa saa

uur-aanwyser

akrabu ya saa

minuut-aanwyser

akrabu ya dakika

sekonde-aanwyser

akrabu ya sekunde

Hoe laat is dit?

Ni saa ngapi?

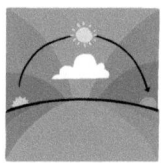

dag

siku

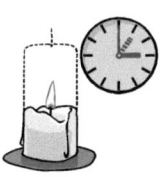

tyd

wakati

nou

sasa

digitale horlosie

saa ya dijitali

minuut

dakika

uur

saa

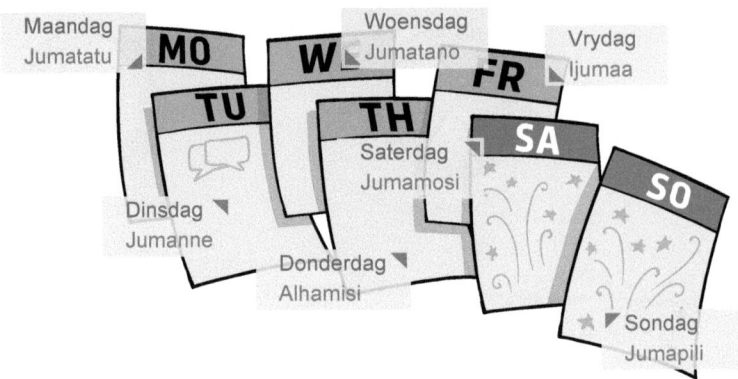

Maandag
Jumatatu

Woensdag
Jumatano

Vrydag
Ijumaa

Dinsdag
Jumanne

Saterdag
Jumamosi

Donderdag
Alhamisi

Sondag
Jumapili

gister

jana

vandag

leo

môre

kesho

oggend

asubuhi

middag

saa sita mchana

aand

jioni

werksdae

siku za biashara

naweek

mwishoni mwa wiki

jaar

mwaka

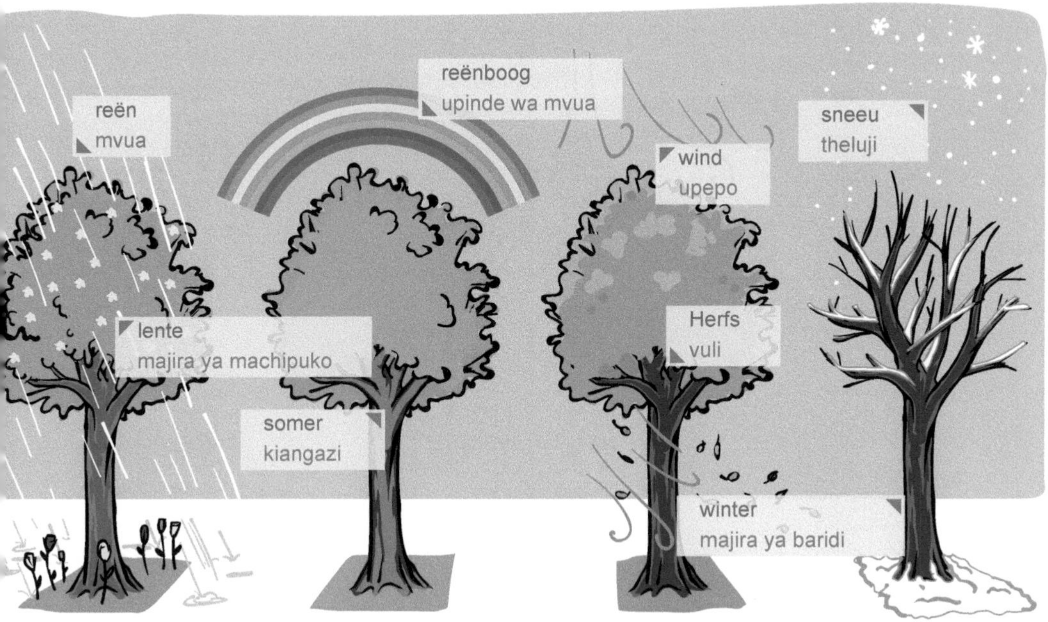
reën
mvua
reënboog
upinde wa mvua
wind
upepo
sneeu
theluji
lente
majira ya machipuko
Herfs
vuli
somer
kiangazi
winter
majira ya baridi

4.APRIL 11°
5.APRIL 4°
6.APRIL 13°
7.APRIL 8°
8.APRIL 10°

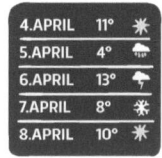

weervoorspelling

utabiri wa hali ya hewa

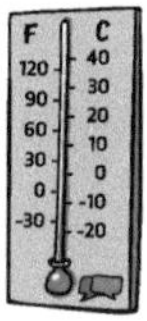
F
C
120
90
60
30
0
-30
40
30
20
10
0
-10
-20

termometer

kipimajoto

sonskyn

mwanga wa jua

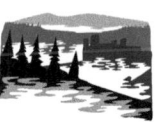

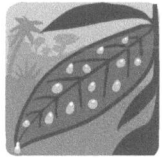

wolk

wingu

mis

ukungu

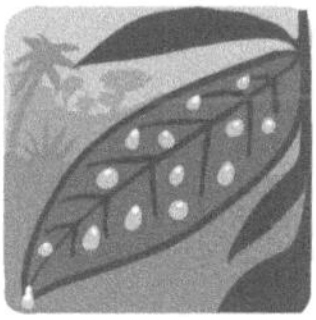

humiditeit

unyevu

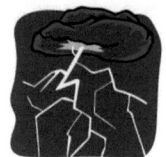

weerlig

umeme

donderweer

radi

storm

dhoruba

hael

mvua ya mawe

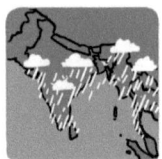

reënseisoen

monsuni

vloed

mafuriko

ys

barafu

Januarie

Januari

Februarie

Februari

Maart

Machi

April

Aprili

Mei

Mei

Junie

Juni

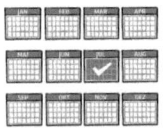

Julie

Julai

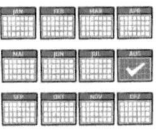

Augustus

Agosti

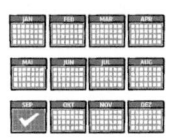

September
....
Septemba

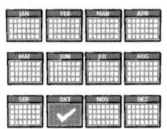

Oktober
....
Oktoba

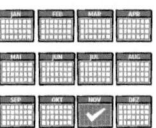

November
....
Novemba

Desember
....
Desemba

vorms
maumbo

sirkel
....
mduara

vierkant
....
mraba

reghoek
....
mstatili

driehoek
....
pembetatu

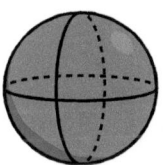

gebied
....
nyanja

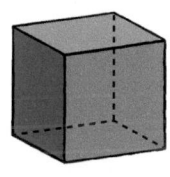

kubus
....
mchemraba

wit

nyeupe

geel

manjano

oranje

chungwa

pink

rangi ya waridi

rooi

nyekundu

pers

hudhurungi

blou

bluu

groen

kijani

bruin

hanja

grys

jivujivu

swart

nyeusi

'n baie / 'n bietjie

mengi / kidogo

kwaad / kalm

hasira / pole

pragtig / lelik

nzuri / mbaya

begin / einde

mwanzo / mwisho

groot / klein

kubwa / ndogo

helder / donker

angavu / giza

broer / suster

kaka / dada

skoon / vuil

safi / chafu

volledige / onvolledige

kamilika / tokamilika

dag / nag

siku / usiku

dood / lewendig

wafu / hai

wyd / smal

pana / nyembamba

eetbare / oneetbaar

kulika / kutolika

kwaad / vriendelik

ovu / ema

opgewonde / verveeld

sisimkwa / udhika

vet / maer

nene / nyembamba

eerste / laaste

kwanza / mwisho

vriend / vyand

rafiki / adui

vol / leeg

jaa / tupu

hard / sag

ngumu / laini

swaar / lig

nzito / nyepesi

honger / dors

njaa / kiu

siek / gesond

mgonjwa / mwenye afya

onwettige / wettige

haramu / kisheria

slim / dom

akili / kijinga

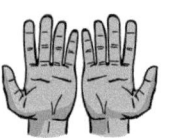

links / regs

kushoto / kulia

naby / vêr

karibu / mbali

nuut / tweedehands

mpya / kutumika

niks / iets

kitu / jambo

oud / jonk

zee / changa

aan / af

waka / zima

oop / toe

wazi / fungwa

stil / lawaaierig

utulivu / kelele

ryk / arm

tajiri / masikini

reg / verkeerd

sahihi / kosa

grof / glad

mbaya / laini

hartseer / gelukkig

huzunika / furahia

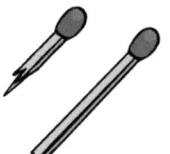

kort / lank

fupi /ndefu

stadig / vinnig

polepole / haraka

nat / droog

nyevu / kavu

warm / koel

joto / baridi

oorlog / vrede

vita / amani

0

nul

sufuri

1

een

moja

2

twee

mbili

3

drie

tatu

4

vier

nne

5

vyf

tano

6

ses

sita

7

sewe

saba

8

agt

nane

9

nege

tisa

10

tien

kumi

11

elf

kumi na moja

12
twaalf

kumi na mbili

13
dertien

kumi na tatu

14
veertien

kumi na nne

15
vyftien

kumi na tano

16
sestien

kumi na sita

17
sewentien

kumi na saba

18
agtien

kumi na nane

19
negentien

kumi na tisa

20
twintig

ishirini

100
honderd

mia

1.000
duisend

elfu

1.000.000
miljoen

milioni

Engels
....
Kiingereza

Amerikaanse Engels
....
Kiingereza cha Marekani

Mandaryns
....
Kimandarini cha Uchina

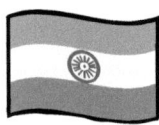

Hindi
....
Kihindi

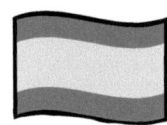

Spaans
....
Kihispania

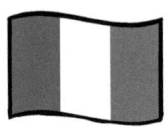

Frans
....
Kifaransa

Arabies
....
Kiarabu

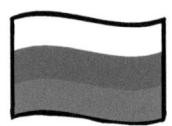

Russies
....
Kirusi

Portugees
....
Kireno

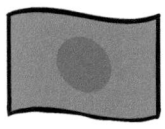

Bengaals
....
Kibengali

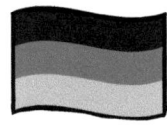

Duits
....
Kijerumani

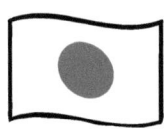

Japanees
....
Kijapani

Ek

mimi

jy

wewe

hy / sy / dit

yeye / yeye / ni

ons

sisi

julle

wewe

hulle

wao

wie?

nani?

wat?

nini?

hoe?

jinsi gani?

waar?

wapi?

wanneer?

lini?

naam

jina

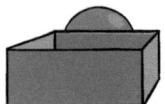

agter

nyuma

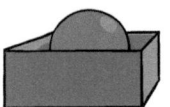

in

katika

voor

mbele ya

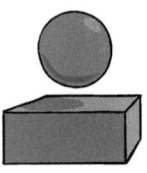

oor

juu ya

bo-op

kwenye

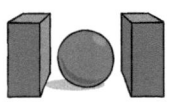

onder

chini ya

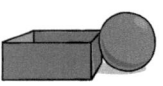

langs

kando

tussen

kati

plek

mahali